பச்சையப்பனிலிருந்து ஒரு தமிழ் வணக்கம்

நா.முத்துக்குமார்

டிஸ்கவரி பப்ளிகேஷன்ஸ்

எண்: 9, பிளாட் எண்: 1080A, ரோஹிணி பிளாட்ஸ்
முனுசாமி சாலை, கே.கே.நகர் மேற்கு,
சென்னை - 600 078. பேச: 99404 46650

வெளியீட்டு எண்: 0383

பச்சையப்பனிலிருந்து ஒரு தமிழ் வணக்கம்
ஆசிரியர்: நா.முத்துக்குமார்

Pachaiyappanilirundhu Oru Tamil Vanakkam

Author: Na.Muthukumar

Copyright: Jeeva Muthukumar©

1st Edition: Dec - 2020-6th Nov - 2024

ISBN: 978-93-89857-37-5

Pages: 80.

Rs. 110

Publisher • Sales Rights

Discovery Publications
No. 9, Plot,1080A, Rohini Flats,
Munusamy Salai,
K.K.Nagar West, Chennai - 78.
Tamilnadu, India.
Mobile: +91 99404 46650

Discovery Book Palace (P) Ltd
No. 1055-B, Munusamy Salai,
K.K.Nagar West,
Chennai-600 078.
Ph: (044) 4855 7525
Mobile: +91 87545 07070

discoverybookpalace@gmail.com / www.discoverybookpalace.com

இந்த நூலில் பிரசுரமாகியுள்ள எந்த ஒரு பகுதியையும் பதிப்பாளரின் எழுத்துபூர்வமான முன்அனுமதி பெறாமல் எடுத்தாள்வதோ, மறுபிரசுரம் செய்வதோ, மொழியாக்கம் செய்வதோ, அச்சு மற்றும் மின்னணு ஊடகங்களில் மறுபதிப்பு செய்வதோ, காப்புரிமைச் சட்டப்படி தடை செய்யப்பட்டுள்ளது. இந்த நூலிலிருந்து குறிப்பிட்ட பகுதிகளை மேற்கோள் காட்டி புத்தக விமர்சனம் செய்ய, ஊடகங்களுக்கு மட்டும் அனுமதி உண்டு.

உங்கள் மொபைல் போனிலிருந்து ஸ்கேன் செய்து டிஸ்கவரி புக் பேலஸின் மொபைல் ஆப்பை டவுன்லோடு செய்து, புத்தகங்களை வாங்குங்கள்.

சமர்ப்பணம்

இலக்கிய உலகை
எனக்கு அறிமுகப்படுத்திய
என் தந்தை எ.நாகராஜனுக்கும்...
இலக்கிய உலகுக்கு
என்னை அறிமுகப்படுத்திய
எழுத்தாளர் சுஜாதாவுக்கும்...

அப்பாவின் புத்தகம்

அப்பாவின் கண்களைப் பார்த்தால்
தீ போல தெரியும்!
அவர் எழுதிய வரிகளோ
பூ போல விரியும்!

அப்பாவின் கைகள்
இரும்பு போல இருக்கும்!
அவரின் கற்பனைகளோ
எரிமலைக் குழம்பு போல தெறிக்கும்!

அப்பாவின் கால்கள் புலிபோல்
பதுங்கிச் செல்லும்!
அவரின் கருத்துகளோ
எங்கிருந்தாலும் அது வெல்லும்!

அப்பாவின் மூளை அவரது கற்பனைச்
சாலையைக் கடக்கும்!
இது எனது வரப்போகும்
கவிதைப் புத்தகத்தின் தொடக்கம்!

அப்பாவின் புத்தத்தை வாங்கி
தமிழ் வளர்க்க வாருங்கள்!
எங்கள் குடும்பத்தில்
நீங்களும் ஒன்றாகச் சேருங்கள்!

நன்றி

கவிஞர் **ஆதவன் முத்துக்குமார்**.

டிசம்பர் - 2020

நா.முத்துக்குமார் (1975)

காஞ்சிபுரம் அருகில் உள்ள கன்னிகாபுரம்தான் நா.முத்துக்குமாரின் சொந்த ஊர். தறிக்கூடத்தின் ஒலியில் வளர்ந்த இவர், கிராம பள்ளிக்கூடத்தில் படித்துமுடித்து, காஞ்சிபுரம் பச்சையப்பனில் இளங்கலை இயற்பியல் பட்டமும், சென்னை பச்சையப்பன் கல்லூரியில் முதுகலை தமிழ் இலக்கியப் பட்டமும், சென்னை பல்கலைக்கழகத்தில் திரைப்பாடல் ஆய்வுக்காக முனைவர் பட்டமும் பெற்றவர்.

இவரது கவிதைகள், ஆங்கிலம், மலையாளம், இந்தி, பிரெஞ்சு, ஜெர்மன் ஆகிய மொழிகளில் மொழிபெயர்க்கப்பட்டு, பல்வேறு பல்கலைக்கழகங்களில் பாடத்திட்டமாகவும் வைக்கப்பட்டுள்ளன.

'பட்டாம்பூச்சி விற்பவன்' தொகுப்புக்காக 1997ம் ஆண்டின் 'ஸ்டேட் பாங்க் விருது' பெற்றுள்ளார். 1999ஆம் ஆண்டிலிருந்து திரைப்படங்களுக்குப் பாடல்கள் எழுதி வந்த நா.முத்துக்குமார், திரைஇசைப் பாடல்களுக்காக, சிறந்த பாடலாசிரியருக்கான இந்திய அரசின் தேசிய விருது, பிலிம்ஃபேர் விருது, தமிழக அரசின் கலைமாமணி விருது மற்றும் சிறந்த பாடலாசிரியர் விருது என பல விருதுகளையும் பெற்றுள்ளார்.

நா.முத்துக்குமாரின் அனைத்து நூல்களையும் அவரது நினைவுப் பதிப்பாக வெளியிடுவதில் டிஸ்கவரி புக் பேலஸ் பெருமைகொள்கிறது.

இந்த நூல்கள் வெளிவருவதற்குப் பெரிதும் துணையாக இருந்த திரைப்பட இயக்குனர்கள் ஏ.எல்.விஜய், அஜயன் பாலா, படைப்பாளர்கள் பவா செல்லதுரை, கே.வி.ஷைலஜா வழக்கறிஞர் சுமதி ஆகியோருக்கும் மற்றும் நூல்களை வெளியிட அனுமதி தந்த நா.முத்துக்குமாரின் மனைவி ஜீவா, மகன் ஆதவன் முத்துக்குமார் ஆகியோருக்கும் நெஞ்சார்ந்த நன்றிகள்.

நூல்களின் விற்பனை மூலம் பெறப்படும் தொகையில், ஒரு பகுதி நா.முத்துக்குமாரின் குடும்பத்தினருக்கு அளிக்கப்படுகிறது என்பதினால் வாசகர்களும் பெருமையடையலாம்.

- பதிப்பாளர்

மேடை கொடுத்தவர்கள்

- தமிழ்த்துறை, பச்சையப்பன் கல்லூரி, சென்னை.
- தமிழ்த்துறை, லயோலா கல்லூரி, சென்னை.
- தமிழ்த்துறை, கிறித்தவக் கல்லூரி, சென்னை.
- தமிழ்மொழித்துறை, சென்னைப் பல்கலைக் கழகம்.
- அண்ணா பல்கலைக்கழகம், சென்னை.
- எம்.ஐ.இ.டி., குரோம்பேட்டை, சென்னை.
- தமிழ்த்துறை, வைஷ்ணவா கல்லூரி, சென்னை.
- ஐ.ஐ.டி. கிண்டி, சென்னை
- தமிழ்த்துறை, எத்திராஜ் மகளிர் கல்லூரி, சென்னை.
- தமிழ்த்துறை, கிறித்தவ மகளிர் கல்லூரி, சென்னை.
- தமிழ்த்துறை, நந்தனம் கலைக் கல்லூரி, சென்னை.
- தமிழ்த்துறை, மாநிலக் கல்லூரி, சென்னை.
- தமிழ்த்துறை, அறிஞர் அண்ணா கலைக்கல்லூரி, செய்யாறு.
- அழகப்பா கல்லூரி, கிண்டி, சென்னை.
- தமிழ்த்துறை, விவேகானந்தா கல்லூரி, சென்னை.
- இயற்பியல் துறை, காஞ்சி பச்சையப்பன் கல்லூரி.
- அந்திரசன் மேல்நிலைப் பள்ளி, காஞ்சிபுரம்.
- பாரதியார் இளைஞர் சங்கம்.
- வள்ளலார் பேரவை.
- தமிழ்ச் சான்றோர் பேரவை.
- தமிழ் தமிழர் இயக்கம்.
- மாணவர் தாகம்.
- அகில இந்திய வங்கித் தொழிலாளர் சங்கம்.
- பாரத ஸ்டேட் பாங்கு இலக்கியச் சங்கம்.
- தமிழ்நாடு முற்போக்கு எழுத்தாளர் சங்கம்.

- ❖ இந்திய சோவியத் நட்புறவுக் கழகம்.
- ❖ சிருஷ்டி இளைஞர் மையம்.
- ❖ தக்கர்பாபா கண் பார்வையற்றோர் சங்கம்.
- ❖ பாரதிதாசன் பேரவை, காரைக்கால்.
- ❖ தமிழ்நாடு தேர்வாணைய பணியாளர் இலக்கியக்கழகம்.
- ❖ சென்னை வானொலி நிலையம்.
- ❖ கோவை வானொலி நிலையம்.
- ❖ தமிழ் ரேடியோ டி.வி. நெட்வொர்க்.
- ❖ தமிழ் தொலைக்காட்சி நிலையம்.
- ❖ கலை இலக்கியப் பெருமன்றம்.
- ❖ திசைகள் கலைக் குழு, மதுரை.
- ❖ பண்பாடு-மக்கள் தொடர்பகம், இலயோலா கல்லூரி.
- ❖ தகவல் மற்றும் காட்சித்துறை, இலயோலா கல்லூரி.
- ❖ நகைச்சுவை மன்றம், மதுரை.

- ❖ குமுதம், குங்குமம், ஆனந்த விகடன், குங்குமச் சிமிழ், சாவி, நக்கீரன், சிறுகதைக் கதிர், உதயம், எரிமலை, உல்லாச ஊஞ்சல், உங்கள் ஜூனியர், விண் நாயகன், தமிழரசி, புதிய பார்வை, கணையாழி, ஆறாம் திணை, அம்பலம், சத்யம் ஆன்லைன், நந்தன், மாணவர் தாகம்.

பாகற்காய் விற்பவன்

'அகத்தானாம் இன்சொலினதே அறம்'
'அறத்தான் வருவதே இன்பம்'

– இன்சொல்லால் வருவதே இன்பம்.

திருக்குறளைக் கூட்டிக்கழித்துக் கிடைத்த மீதி இது. இன்சொல்லால் இன்பமூட்ட முடியும். வன்சொல்லால் துன்புறுத்த முடியும்.

என்னைப் போன்ற பேச்சாளனால் இன்பம் – துன்பம் இரண்டையும் காரண காரியங்களோடு அடையாளம் காட்டமுடியும்.

தோழன் முத்துக்குமார் போன்ற கவிஞனால்...
என்ன செய்ய முடியும்..?
என்னதான் செய்ய முடியாது?

நான் 'தலைப்புச் செய்தி' என்பதை 'திலைப்புச் செய்தி' என்று எழுதினால் அது தமிழ்க் கொலை.

இதையே நா.முத்துக்குமார் 'தொலைப்புச் செய்தி' என்று எழுதும்போது அது தமிழ்க் கலையாகி விடுகிறது – கவிதையாகி விடுகிறது.

இங்கே ஒரு தவறு திருத்துகிறது. 7,30,000 நேற்றுக் களையே எண்ணிக் களைத்துப் போகிற நம்மிடையே 7,30,000 நாளைகளையும் கடந்து சிந்திக்க முடிகிறது, இந்தக் கவிஞனால்.

நாளைய தமிழகம் மூழ்கித்தான் கிடக்கும். அதில் இவருக்குச் சந்தேகமில்லை.

கடலாலா, கண்ணீராலா, கடனாலா என்பதே சிக்கல்.

துப்பாக்கி ஏந்தியபடியே செத்துப்போன பையனின் புத்தகப் பையில் அய்ந்தாறு கோலிகளோடு அய்ம்பது தோட்டாக்களாம்.

மற்ற செய்திகளை அடுத்த அகழ்வுக்கு ஒத்திப்போடும் இந்தக் கவிஞன் சில சொற்களுக்குள் பல நூற்றாண்டுகள் பயணத்தைப் பதிவு செய்கிறான். தமிழனின் சோகத்தை அடையாளம் காட்டிச் சுறுசுறுப்பூட்டும் புதுவகைக் கவிதை இது.

அடுத்தக் கவிதையும் செய்தி வாசிப்பே!

'காமன்வீக்' நாடுகளுக்கிடையிலான அணுகுண்டு விளையாட்டுப் போட்டி பற்றிய வர்ணனை...

நேற்று காலை
இந்தியா
அய்ந்து அணுகுண்டு போட்டது.
பிற்பகல் தொடங்கிய
ஆட்டத்தில்
பாகிஸ்தான் ஆறுகுண்டு போட
மாலையில்
மீண்டுமொரு குண்டு போட்டு
விளையாட்டை சமன் செய்தது இந்தியா!
டிராயர் இல்லாத
இருநாடுகளும்
டிராவில் முடிந்தன!

ஒரு நீண்ட வரலாற்று விபரீதத்தை இவ்வளவு சிக்கனமான சொற்கட்டுகளில் திணித்து வைக்க இவரால் மட்டுமே முடியும்.

எதிர்காலத்தில் விற்பனைக்கு வரக்கூடிய 'மினரல் மார்பகங்கள்' – செய்தி சுடுகிறது. கவிதை, முகத்தில் அறைகிறது.

கோழிகளின் கூட்டறிக்கை, ஒரு அற்புத ஜென் கவிதை.

*ஆகையால் இனி
மனிதர்கள் இல்லா தேசத்தில்
முட்டையிடுவது உத்தமம்!*

தீர்மானம் நிறைவேற்றிய கோழிகளா... இதைக் கவிதை யாக்கிய கவிஞரா... யார் புத்திசாலி?

*'புழுங்கல் அரிசி'க்குப் புதிய வியாக்கியானம்...
'புழு' 'கல்' 'அரிசி'!*

இப்படி... இப்படி, முதலில் பட்டாம் பூச்சி விற்றவர், இப்போது பாகற்காய் விற்கிறார். அரசியல், சமூகம், சினிமா ஆகியவை பற்றிய உண்மைகளைக் கூசாமல் வெளிப்படுத்தும் இந்தப் பாகற்காயின் சுவை மிகுந்த கசப்புத்தான். ஆனாலும் கெட்டுப்போன தமிழனுக்கு இந்த மருந்து அவசியமாயிருக்கிறது.

இவர் கவிதைகளில், இன்சொல் பார்க்கிறோம்; இரக்கம் தென்படுகிறது; குற்றம் கொஞ்சமும் இல்லை. எனவே இக்கவிஞரை 'செம்பொருள் கண்டவர்' என்றும், இவர் சொற்கள் 'செம்மாந்த கவிதைகள்' என்றும் வாசக சபைக்குத் தயக்கமின்றி வழிமொழிகிறேன்.

முன்மொழிந்தவர் யாரென்கிறீர்களா?

வேறு யார்? நம் பாட்டன் திருவள்ளுவன்தான்.

இன்சொலால் ஈரம்அளைஇ படிறிலவாம் செம்பொருள்
கண்டார் வாய்ச் சொல்.

*பச்சையப்பன் பாசறையிலிருந்து
அன்புடன்,*
பெரியார் தாசன்

நா.முத்துக்குமார் ❖ 11

பச்சையப்பனிலிருந்து
இன்னொரு தமிழ் வணக்கம்...!

தம்பி நா.முத்துக்குமார் சொல்லும் வணக்கம் மட்டுமல்ல, என் பதில் வணக்கமும் அதே பச்சையப்பனிலிருந்துதான்...

தம்பி முத்துக்குமார் ஒரு பாடலாசிரியனாகத்தான் எனக்கு அறிமுகம். அறிமுகமாகிறபோதே, 'அண்ணா! நான் பச்சையப்பனில் பயின்றவன்' என்று சொன்னதாலோ என்னவோ, அறிமுகமே நெருக்கமாகிப் போனது.

உலகத்தில் எல்லா மூலைகளிலும் கம்ப்யூட்டர் முதல் கலை வரை எல்லா துறைகளிலும் பச்சையப்பன் ஒரு வணக்கத்துக்குரிய முத்திரை பதித்திருப்பது நிதர்சனமான உண்மை. அப்படி ஒரு முத்திரைக்குச் சொந்தக்காரர்தான் இந்த தமிழ் வணக்கம் சொல்லும் தம்பி முத்துக்குமார்.

பார்வைக்கு; காற்றடித்தால் பறந்து போகிற தேகம்...

ஆனால்,

பேனாவுக்குள் புயலை அடக்கி வைத்திருக்கும் சக்தி...
சாதிக்க வேண்டும் என்கிற வேட்கை...
சமூகம் தொலைத்துவிட்டதை தேடுகிற பார்வை...
மென்மையான அணுகுமுறை...
மேன்மையான பழகுமுறை...

இதெல்லாம்தான்தான் அவரை எனக்குப் பிடித்துப் போனதற்கும் அவர் எனக்கு நெருக்கமானதற்கும் காரணம் என நினைக்கிறேன்.

‘படைப்பைப் பற்றிக் கூறாமல், எதற்காக படைப்பாளி பற்றிய விளக்கம்?’ என நீங்கள் நினைக்கலாம்... என்னைப் பொறுத்தவரை, அவர் எழுத்தும் அவரும் ஒன்றுதான்.

அவரின் பலவிதமான வணக்கங்களில் சிறந்தது என எதையும் நான் தனித்தனியாகச் சுட்டிக் காட்ட விரும்பவில்லை. காரணம், அவரின் கவிதை வரிகள் நவரசங்களையும் எனக்குள் பிரதிபலிக்கின்றன.

முத்துக்குமாரின் பார்வை எல்லா திசைகளிலும் பாய்ந்து படம் பிடித்ததை அவரின் பேனா பிரின்ட் செய்திருக்கிறது. எனவே,

உணர்வுகளை உணர்த்தியிருக்கிற கவிதை; வேதனைகளை நாசுக்காய், நகைச்சுவையாய் உச்சரித்த கவிதை; வெட்கங்களை வெளிப்படையாய் வடித்த கவிதை... இப்படி ஒவ்வொரு கவிதைக்கும் தனித்தனியாய் அணிந்துரை சொன்னால் தம்பி முத்துக்குமார் அதை இன்னொரு புத்தகம் போட வேண்டி வரும்.

ஆகவே தம்பி! அடுத்தடுத்த உனது படைப்புகள் சிகரம் தொட வாழ்த்துகிறேன்.

பச்சையப்பன் பாசறையிலிருந்து,
வணக்கத்துடன்,

செல்வா
திரைப்பட இயக்குனர்.

செய்திகளுக்குப் பிறகு திரைப்படம் தொடரும்...

வணக்கம்
தொலைப்புச் செய்திகள்!

முந்நூறு ஆண்டுகளுக்கு முந்தைய
அதாவது
கி.பி.2000ஆம் ஆண்டைச் சார்ந்த
முக்கிய மாநிலமொன்றை
நமது
தொல்பொருள் ஆய்வாளர்கள்
கண்டுபிடித்துள்ளனர்!
அப்போது அதன் பெயர்
தமிழ்நாடென்று
தெரியவந்துள்ளது!

பிணங்கள் அனைத்தும்
உப்புப் பூத்திருப்பதால்
கடலால் மடிந்திருக்கலாமென
ஆராய்ச்சியாளர்கள் கருத்து.

கடலால் அல்ல
கண்ணீரால் என்பது
மருத்துவக் குழுவின் தீர்மானம்!

எமது சிறப்பு நிருபரிடம்,
இரண்டாலுமல்ல
கடனால் மூழ்கியிருக்கலாமென
நிதி அமைச்சர் தெரிவித்தார்!

இன்னொரு ஆச்சர்யம்
முக்கால்வாசிப் பிணங்களுக்கு
மூளையே இல்லை!

காலில் விழுந்து விழுந்து
நெற்றி தேய்ந்ததுமல்லாமல்
முன்னே வந்து விழுந்து
மூளையும் தேய்ந்திருக்கலாமென
வரலாற்றறிஞர்கள்
கருத்து தெரிவிக்கின்றனர்!

அருகில் தொங்கிய
இன்னொரு தீவிலும்
அதே மொழி பேசிய
மக்களின் பிணங்கள்!

முக்கியக் குறிப்பு
அவர்களின்
மூளைகள் அனைத்தும்
சிவந்தே கிடந்தன!

துப்பாக்கி ஏந்தி
இறந்து கிடந்த
ஒரு சிறுவனின்
வலது விலா எலும்பில்
புத்தகப் பை.

அதனுள்
ஐந்தாறு கோலிகள்;
ஐம்பது தோட்டாக்கள்;
மண்டையில் குத்து வாங்கிய
நுனி சிதைந்த பம்பரம்!

செல்லரித்து மட்கிய
புத்தகத்திலிருந்து தப்பிய
ஒரே ஒரு வாசகம்
'புத்தம் சரணம் கச்சாமி!'

இத்துடன்
செய்திகள் முடிவடைந்தன.
மீண்டும் செய்திகள்
அடுத்த அகழ்வில்!

21ஆம் நூற்றாண்டில் தமிழன்

இருபத்தியோராம் நூற்றாண்டுத் தமிழன்
காலையில்
திருப்பள்ளி எழுச்சி முடிந்து
அன்றைய நாளிதழான
'தின பந்தி'யைப் பிரித்து
வாசிக்கத் தொடங்கினான்.
செய்திகள் யாவும்
செய் 'தீ' க்களாக இருந்தன.
அவை வருமாறு...

தலைப்புச் செய்தி

'தமிழ்நாட்டில்
ஜனநாயகப் படுகொலை!'

ஜனநாயகம்

மக்களாட்சியின் மறுபெயர்.

கத்தி

உலோகத்தால் செய்தது.

படுகொலை

ஜனநாயகத்தை கத்தியால்
அரசியல்வாதிகள்
சதக் சதக் என்று குத்தி
படுகொலை செய்தனர்!

வெளிநாட்டுச் செய்தி

அமெரிக்க ஜனாதிபதி
அழகியுடன் உல்லாசம்!
அமெரிக்கா ஏகாதிபத்திய நாடு.
ஜனாதிபதி
'க்ரோ'ன் ஆவார்.

புகார்

தன்னுடன் உறவு கொண்டதாக
இவர் மீது அழகி ஆனியா புகார்
செய்தார்.

உல்லாசம்

இருவரும் தனிமையில் சந்தித்து
உல்லாசமாக இருந்ததாக
வாக்குமூலம் கொடுத்தார்.

விளையாட்டுச் செய்திகள்

'காமன் வீக்' நாடுகளுக்கிடையேயான
அணுகுண்டு போட்டியில்
நேற்று காலை
இந்தியா
ஐந்து அணுகுண்டு போட்டது.
பிற்பகல் தொடங்கிய
ஆட்டத்தில்
பாகிஸ்தான் ஆறு குண்டுகள் போட
மாலையில்
மீண்டுமொரு குண்டு போட்டு
விளையாட்டை
சமன் செய்தது இந்தியா!
டிராயர் இல்லாத
இரு நாடுகளும்
டிராவில் முடிந்தன!

வாணிபம்

வேலு ஜுவல்லர்ஸ்
அதிபர் கைது.
நம்பிக்கை நாணயம் நேர்மை
புன்னகை அதிபரின்
பொன்நகை கரங்களில்
'இரும்பில்' விலங்கு!

லாட்டரி முடிவுகள்

குலுக்கலில் ஒரு லட்சம் விழுந்தது.
தமிழ்நாட்டு அரசின் சாலைகளில்
நேற்று நடந்த சிறப்புக் குலுக்கலில்
ஐந்து லட்சம் பேர்
ஆட்டோவிலிருந்து கீழே விழுந்தனர்.
கவர்ச்சி நடிகைகளின்
தனிக்குலுக்கல்கள் மறைந்து
கதாநாயகிகளின்
விசேஷ குலுக்கல்.
வடக்கத்திய குலுக்கலுக்கு
வரிகள் தனி.

மருத்துவம்

மாத்திரை அறிமுகம்
மெமரி மைனஸ்.
பிரபல அரசியல்வாதியின் கமெண்ட்
'ஞாபக மறதிக்கு
மெமரி மைனஸ் வாங்குங்கள்
கொடுத்த வாக்குறுதியை
உடனே மறக்க உதவுகிறது!'

தந்திரியார் பாடுகிறார்

குளிக்கும் பெண்ணை
எட்டிப் பார்த்து
புதுப்பட தமிழ்ப்பாடலை
தந்திரியார் பாடுகிறார்
"ஊ லல்லல்லா ....oh baby!
I want to see
your swimming on the sea!

சிரிப்பு

ஒருவர் : தலைவருக்கு ஒரு ஓட்டுகூட
 விழலையாமே?
மற்றவர்: அவரு ஓட்டு என்னாச்சு?
முதலாமவர்: செல்லாத ஓட்டாம்.

மேற்கண்ட சிரிப்புப் படத்துக்கு
ரூ.7.00 பரிசு பெறுபவர்:
சடையாண்டி,
கூந்தலூர் அஞ்சல்,
குழல்பாடி.

சாணக்கியன் சொல்

ஆணுறையை பலூன் ஊதுபவன்
சமூகத்துக்கு எதிரி
என்பதை அறிவான் புத்திசாலி.

கதம்ப மலரில் புதுக்கவிதை

வானவில்
வானத்தில்
வில்

தாமதம்

மாபெரும் அறைகூவலுக்குப் பின்
உலகத் தொழிலாளிகள்
ஒன்று சேர்ந்தார்கள்
லெனின் சொன்னான்;
"என்னை மன்னித்து விடுங்கள்
உங்களுக்கு முன்பாகவே
முதலாளிகள் ஒன்று சேர்ந்துவிட்டார்கள்!"

$H_2 + 0_2 \rightarrow 2H_2O$

தண்ணீரில் கலப்படமாகி
'மினரல் வாட்டர் பாக்கெட்டுகள்'
விற்பனைக்கு வந்துவிட்டன!
எச்சரிக்கை
இனி எதிர்காலத்தில்
தாய்ப்பாலிலும் கலப்படமாகி
விற்பனைக்கு வரக்கூடும்
'மினரல் மார்பகங்கள்'!

இலவச இணைப்பு

தலுக்கலுக்கும்
குலுக்கலுக்கும் நடுவே
இனிமேல் ஆட்டோக்களில்
இப்படி எழுதுங்கள்
'கர்ப்பிணிக்கு மட்டுமில்லை
கர்ப்பம் கலைக்கவும் இலவசம்!'

சந்தேகம்

கிராமத்து விவசாயி
நகரத்திற்கு வந்து
டிஷ் ஆண்ட்டெனாக்களைப் பார்த்ததும்
இப்படிச் சொன்னான்;
"மாடி வீட்டு முட்டாள்
மழை வரும்போது
குடையை ஏன்
திருப்பிப் போட்டிருக்கிறான்?"

தண்ணீர் தண்ணீர்

தெருக்குழாயும்
புல்லாங்குழலும் ஒன்று
இரண்டிலும்
"வெறும்
காத்து தாங்க வருது!"

சர்வம் முட்டை மயம்

ஆசிரியர்
சிலேட்டில்
முட்டை போட்டார்...
மாணவனின்
எதிர்காலம் அழிந்தது!
அதையே
தட்டில் போட்டார்...
மாணவனே அழிந்தான்!

BE 'இந்தி'யன்
SEE 'இந்தி'யன்

அப்பாடா...
ஒரு வழியாய்
வடக்கும் தெற்கும்
இணைந்து விட்டன!
இப்போதெல்லாம்
எங்கள் தமிழ்படத்தில் நடிப்பது
இந்தி நடிகைகள்தான்!

வல்லினம் மிகும் இடங்கள்

கால் வைக்கும் இடமெல்லாம்
கண்ணி வெடிகள்.
எந்தப் புற்றில்
எந்த 'பாம்' இருக்குமோ?

www. வள்ளுவர்.com

மலரினும்
மெல்லியது காதல்!
அதனால்தான்
நாம் அதை
முழம் போட்டு
விற்றுக்கொண்டிருக்கிறோம்!

ஓர் அறிவிப்பு

வானம் பொதுவாக
மேக மூட்டத்துடன்
காணப்படும்
மீனவர்கள் கடலுக்கும்;
இந்தி தெரியாதவர்கள்
பாராளுமன்றத்துக்கும்
போக வேண்டாமென
கேட்டுக்கொள்ளப்படுகிறார்கள்!

சுமை தாங்கி

'வருத்தப்பட்டு
பாரஞ்சுமக்கிறவர்களே
என்னிடத்தில் வாருங்கள்
இளைப்பாறுதல் தருவேன்'
ஆண்டவர் அழைத்தார்
பள்ளிக்குழந்தைகள்
புத்தக மூட்டையுடன் சென்றன!

உள்ளே வெளியே

பரீட்சைக்கு
படிக்கும் மாணவன்
உடைப்பதாய் வேண்டினான்
பாஸானால் தேங்காய்!
ஃபெயிலானால் பிள்ளையார்!

நதிக்கரை 'அ'நாகரிகம்

இப்போது கிடைத்த தகவல்
தினத்தந்தியின் 'கன்னித்தீவு'க்கு
'காவேரித் தீவு'
என்று
பெயர் மாற்றிவிட்டார்களாம்!

காரணம்

மாமியார்களுக்கெல்லாம்
மரபுக் கவிதைதான்
அதிகம் பிடிக்கிறது
சீர் கொண்டு வருவதால்!

ஆகையால் மக்களே...

இங்கு
'மாமூலான' வாழ்க்கை
வாழ்வது
போலீஸ்காரர்கள் மட்டும்தான்!

இன்றைய நிலையில்
காவல் துறையில் சேர
இன்னொரு தகுதி
தொப்பி மட்டுமல்ல
தொப்பையும் போட்டிருக்கவேண்டும்!

இங்கே
உறையே கத்தியைத் தின்கிறது!
கிணறே தண்ணீரைக் குடிக்கிறது!

வழித்துணைக்கென்று
நாம்
அழைத்து வந்த மின்மினிகள்
இருளுடன் கூட்டு சேர்ந்து
நம் பாதையில்
பள்ளம் பறிக்கின்றன.

ஆகையால் மக்களே
அணுகுங்கள் கற்பழிப்புக்கு
அவசர போலீஸ் 100.

எழுத்ததிகாரம்

எழுதுவோம் இனி
சிகரெட் பெட்டிகளில்;
'உடல் நலத்திற்கு தீங்கானது!'
தொலைக்காட்சிப் பெட்டிகளில்;
'மன நலத்திற்கு தீங்கானது!'

நா.முத்துக்குமார்

இந்தியா சிறுகுறிப்பு

பனி மட்டுமில்லாமல்
பலியும் விழும்
காஷ்மீர்.

'கோதுமை'களை விதைத்து
'குண்டுகளை' அறுவடை செய்யும்
பஞ்சாப்.

காவி நிறத்தைக்
கொள்கையாகக் கொண்டதால்
உதிரப் பிரதேசமாக இருக்கும்
உத்தரப்பிரதேசம்.

தரமான படங்களை
தங்களுக்கு வைத்துக்கொண்டு
பக்கத்து மாநிலங்களுக்கு
பலான படம் அனுப்பும்
கேரளா!

இந்தியப் பொருளாதாரத்துக்கே
ஒட்டு மொத்தமாய்
ஆன்மிக நாமம் போடும்
திருப்பதி உண்டியலுடன்
ஆந்திரா.

யானையைப் பிடித்து
பானைக்குள் அடைத்த கதையாய்
காவிரியைப் பிடித்து
கக்கத்தில் வைத்துக்கொள்ளும்
கர்நாடகா.

தமிழைத் தவிர
மற்ற எல்லாமே
வாழ்ந்துகொண்டிருக்கும்
தமிழ்நாடு!

கொஞ்சம் ஹைக்கூ...

வயதான மலைக்கு
தாடி நரைத்திருக்கிறது
அருவி!

கருப்பு வெள்ளைப் புகைப்படம்
சட்டென காணவில்லை
பனியும் காக்கையும்!

எந்த விருந்தாளிக்கும்
கத்தாதே காக்கையே
எங்களுக்கே உணவில்லை!

கொஞ்சம் சென்ரியூ

பொய் சொல்லி
கொள்ளையடித்த பணத்தில்,
'I Promise to pay...'

மௌனமும்
சந்தோஷம் தரும்
டி.வி.யில் ஒலித்தடங்கல்!

இன்று வேண்டாம்
நாளை வா நிலா
ஊட்டுவதற்குச் சோறில்லை!

தேசத்துக்காக ஓடினால் பதக்கம்
நேசத்துக்காக ஓடினால் சாபம்
அடுத்த வீட்டுப் பெண்!

கட்டை வண்டிக்கும்
ஆக்சிலேட்டர் –
மாட்டின் வால்!

தாமரைகள் தலை சாய
பெரியார் தேவையில்லை
வெங்காயமே போதும்!

நிர்வாணச் சுவற்றுக்கு
ஆடையாய் ஒட்டியதிலும்
ஆபாசபடச் சுவரொட்டி!

வயற்காட்டு எலியே
உனக்கும் பெண் சிசுவா
பின் ஏன் நெல்?

கண்டுபிடித்ததில் இருந்தே
தப்பாட்டம் ஆடுகிறார்கள்
அணு ஆயுதப் பந்தில்!

கோழிகள் நலச் சங்கம்

குப்பை மேட்டு புழுக்களைத் துறந்து
கோழிகள் அனைத்தும்
ஒரு கூட்டம் போட்டன!

கோழிக்கோடிலிருந்து வந்த
கோழிதான் தலைமை!

கூட்டத்தில் அவை
இனிமேல்
முட்டை போடுவதில்லை
என
தீர்மானம் போட்டன!

அவை வெளியிட்ட
அறிக்கை வருமாறு...

குஞ்சு பொரிக்கவென்று
கூட்டிற்குள் முட்டையிட்டோம்
நஞ்சு மனிதன்
அஞ்சாமல் எடுத்து
அடுப்பில் போட்டான்

ஆம்லெட் என்றும்
ஆஃபாயில் என்றும்
நம் கருவைக் கலைத்துக்
காசாக்கினான்.

அத்தோடு விட்டானா?
அடுப்பைத் துறந்து
அடுத்தொரு நடிகையின்
தொப்புளிலும் போடுகிறான்.

ஆகையால் இனி
மனிதர்கள் இல்லா தேசத்தில்
முட்டையிடுவது உத்தமம்!

ஆர்ய பவனும் முனியாண்டி விலாஸும்

நம் தேசத்தில்
சொக்க வைக்கும் சோனியாக்கள்
காதலில் இன்னமும்
முட்டையைப் போன்றுதான்
இருக்கிறார்கள்!
ஆம்
சைவமா... அசைவமா...
என
பிடிபடாத நிலையில்
நம் தேசத்தில்
சொக்க வைக்கும் சோனியாக்கள்
காதலில் இன்னமும்
முட்டையைப் போன்றுதான்
இருக்கிறார்கள்!

பெயர்ச்சொல்

முப்போகம் பயிர் செய்த தமிழன்
முண்டியடித்து வாங்கிய
ரேஷன் அரிசிக்கு
சரியாகத்தான்
பெயர் வைத்துள்ளான்!
புழுங்கல் அரிசி
ஆம்
'புழு' 'கல்' 'அரிசி'!

மாண்புமிகு இந்தியனுடன் ஒரு நேர்காணல்

முன்குறிப்பு:

    ஆழ்ந்த நித்திரையில்
    இருந்தவரை
    ஐந்தாறு
    தூக்க விழிப்பு
    மாத்திரைக்கு பின் தான்
    எழுப்ப முடிந்தது.
    உரையாடல்
    உறக்கத்திலேயே
    பதிவானதால்
    சில உளறல்களும்
    இருக்கலாம்.

வணக்கம்!

    நமஸ்தே!

உங்கள் பெயர்:

    'இந்தி'யன்

புனை பெயர்:

    பாம்பாட்டி

உங்கள் மொழி :

    பொதுமொழி இந்தி'
    மற்றபடி
    சிற்சில மாற்றங்களுடன்
    பதினெட்டு மொழியில் 'இந்தி'.

உங்கள் தொழில் :

    மக்கள் தொகைப் பெருக்கம்

உங்கள் தாரகம் :

இந்தியனாக இரு
இந்தியனையே வாங்கு!
நிகழ்ச்சியின் இப்பகுதியை
வழங்குபவர்கள்
'ராம்லால் ஜுவல்லர்ஸ்'
அடகு வைக்க சிறந்த இடம்!
செய்கூலி இருக்கும்!
சேதாரம் கண்டிப்பாக இருக்கும்!

உங்கள் வாழ்வு முறை:

கிரிக்கெட்டை உண்கிறோம்
கிரிக்கெட்டை சிந்திக்கிறோம்
மற்றபடி
கொக்கோ கோலாவை மட்டுமே
குடிக்கிறோம்!

சமீபத்திய சாதனை:

அம்மா பிச்சை
அய்யா பிச்சை
குரல்களுக்கிடையில்
அடுத்தடுத்து
ஐந்து அணுகுண்டுகள்
காற்றைக் கற்பழித்தது.

உங்கள் கொள்கை:

சுதேசியம்.
நிகழ்ச்சியின் இப்பகுதியை
வழங்குபவர்கள்
'போர்ட் கம்பெனிஸ் லிமிடெட்'
இது ஒரு ஜெர்மன் கூட்டுத் தயாரிப்பு.

ஓர் இளைஞனின் வேண்டுதல்

பாலும் தெளிதேனும் பாகும் பருப்புமிவை
நாலும் கலந்துனக்கு நான் தருவேன்
கோலம் செய் துங்கக் கரிமுகத்து தூமணியே
நீ எனக்கு ரம்பாவின் கனவைத் தா!

பாரதி பிடித்த தேர்வடம்

அகோ
வாரும் பிள்ளாய்
சுப்ரமணிய பாரதி.
வணக்கம், அமருங்கள்.
தேவரீர் நலம் தானே?
நாங்களா...
எங்களுக்கென்ன
இறந்த பிறகும்
தேர்தல் நேர ஓட்டு லிஸ்டில்
உயிர்த்தெழுவோம்.

பாரதி...
"காலா... உனை நான் சிறுபுல்லென
மதிக்கிறேன்.
சற்றென் அருகில் வாடா... காலால்
உதைக்கிறேன்" என்றாய்.
அதனால்தான்
எமன்கூட உன்னிடம்
எருமையில் வராமல்
யானையில் வந்தானோ?

என்ன கேட்டாய்..?
நாட்டு நிலைமையா?
உன் பாஞ்சாலி
சபதம் முடிந்தும்
கூந்தல் முடியவில்லை
ஹேர் ஆயில் விளம்பரத்தில்
நல்ல வருமானமாம்.

செந்தமிழ் நாடென்னும் போதினிலே
இன்பத் தேன் வந்து பாயுது காதினிலே
உண்மைதான்!
நாங்கள்
பார்த்துக்கொண்டிருப்பது
சன் டி.வி.யின்
தமிழ் மாலை!

"அக்னிக் குஞ்சொன்று கண்டு
ஆங்கோர் காட்டில்
பொந்தினில் வைத்தாயாமோ?"
மன்னிக்கவும்
நாங்கள் அதை சுட்டுக் கொன்று
சூப் வைத்து விட்டோம்.

சிங்களத் தீவிற்கோர்
பாலம் அமைக்கச் சொன்னாய்
வெற்றிகரமாக முடித்து விட்டோம்.
பாலத்தில் நடக்கையில்
பார்த்து செல் பாரதி
எலும்புகள் குத்தக்கூடும்.

என்ன செய்வது
சிமெண்ட் கிடைக்கவில்லை
சிங்களவன் கொன்ற
தமிழ்ப் பிணம்தான் கிடைத்தது.

நீ கேட்ட காணி நிலம்
பராசக்தி தராததற்கு
காரணமுண்டு பாரதி
இப்போது அந்த இடம்
'பராசக்தி ரியல் எஸ்டேட்ஸ்'

நீ பிடித்த தேர்வடத்தை
ஊழல் கறையான்கள்
அறுத்துவிட்டது.
தேரின் உச்சியில்
மதக்கறையான்கள்
ரத்தம் குடிக்கின்றன.

மௌனக் கூடுடைத்து
அந்தச் சூரியக் கவிஞன்
சூடாகச் சொன்னான்
தலைப்பை மாற்றுங்கள்
'பாரதி பிடித்த பீரங்கி!'

ஒரு தொப்புள்கொடி கேள்வி கேட்கிறது!

தொழிற்சாலை என்பது
கருவறை போன்றது
தொழிலாளிகள் அதன்
தொப்புள் கொடி போன்றவர்கள்
தொட்டுப் பேசும் உரிமையை
தொப்புள் கொடி கேட்டால்
கருவறை அதற்காக
கதவடைப்பு செய்வதா?

வித்தியாசம்

யார் சொன்னது..?
ஆலைகளை எல்லாம்
மூடிவிட்டார்கள் என்று?
இப்போதும்
பின்னி ஆலையில்
நூல் நூற்கும் பணி
நடந்து கொண்டுதானிருக்கிறது.
சின்ன வித்தியாசம்
நூல் நூற்பது
தொழிலாளிகள் அல்ல
சிலந்திகள்.

ஓம் கிளிண்டனாய நமஹ!

எங்கும் கிளிண்டன்
எதிலும் கிளிண்டன்
பாம்பாட்டிகளுக்கு
பரம் சந்தோஷம்.

யாருக்கும் தெரியாமல்
கிளிண்டனின்
பாத்ரூமிற்குள்
எட்டிப் பார்த்த
பத்திரிகையாளர் ஒருவர்
பரவசத்துடன் கூறினார்:
"கிளிண்டனும்
நம்மைப் போலவே
சிறுநீர் கழிக்கிறார்!"

நெடுநாள் வாடை

நாராய்... நாராய்.....
செங்கால் நாராய்
உறை இடா கத்தியின்
கூரினையொத்த
நீள்நா நாராய்...

நீயும் உன் துணையும்
வடதிசைக் கடலேகி
தென்திசை நோக்கி
பயணிப்பீராயின்
கழுகுகள் வட்டமிடும்
ஊரைச் சேர்ந்த
எம்மக்களைக் காண்பீர்.

துப்பாக்கி ரவைகள்
துளைத்த மரக்கிளையில்
தூங்காமல் தங்கி
சிறகை விரித்தால்
கடல் சூழ் அவ்வூரை
காண்பது எளிது.

விண்ணேகும் உன் பார்வையில்
மண் சுமக்கும் உடல்களில்
காயம் சுமந்த முலைகள்
பெண் என்றும்
கனல் சுமந்த கண்கள்
ஆண் என்றும்
இனம் பிரித்துக் காண்பாய்.

கடைசியாய்
ஒப்பாரி சத்தத்தில்
தாலாட்டுக் கேட்கும்
குழந்தைகளிடத்து
காதுகளைக் கொடு
சின்னஞ்சிறு உதடசைத்து
அவர்கள் சொல்வார்கள்...
வரலாற்றின் புதைகுழியில்
மனிதர்களைப் புதைக்கலாம்
மாவீரர்களை அல்ல!

அகிரா குரோசாவாவின் காலம்

செவன் சமுராயின்
முன் அறியப்படாத
துருப்பிடித்த
கூர்வாளிலிருந்து
வழிகிறது காலம்.

கலகக் குரல்கள்;
முனகல்கள்;
உடல் பிரிந்தேகும்
உயிர்க் குரல்கள்;
குரல்களின் கரைசலில்
வழிகிறது
கால நதி.

காலநதியில் நீந்திய
சின்னஞ்சிறு செம்மீன்
தூண்டிலில் சிக்க
துடிதுடித்துச் செத்த
மீனின் ஆவி
'ரஷோ' மானாய் மாறி
மூன்றுவித கதை சொல்லலை
முன் வைத்தது.

பின்பும்
வான் கோவின்
ஓவியங்களிலிருந்து
உயிருடன் பறந்த காகங்கள்
காலத்தில் உறைந்தன.

அவற்றின் கூர் அலகுகளில்
வான்கோவின்
அறுபட்டக் காது.
காகத்திற்கு காதில்லை.
விருந்தோம்பல் குரலற்ற
எந்திர நகரத்தில்
காகங்கள் அனைத்தும்
காதுகளைத் துறந்தன.

'கனவு'ப் பாதையில்
காலங்களைக் கடந்து
நடக்கும் சிப்பாய்களின்
கையில்
துப்பாக்கி
பையில்
தோட்டா
முகத்தில்
எலும்பு.

ராணுவத்தில்
சேரும் முன்பாகவே
அவர்களின்
இதயத்திலிருந்து
"Use and throw"
ஊசியில்
உறிஞ்சப்பட்ட இரக்கம்
கண்ணாடிக் குடுவையில்
அடைக்கப்பட்டிருந்தது.

காலம்
அமைதியற்றது.
ஆக்ரோஷமானது
நிகழ்காலத்தை
கடந்த காலமாக்கிவிட்டு
அது
எதிர்காலத்தை நோக்கி
முன்னேறிக்கொண்டிருக்கிறது.

காலத்தில்
வாழ்ந்தவர் சிலர்.
காலத்தை
வாழவைத்தவர் சிலர்.
அகிரா குரோசாவா
காலத்தை
வாழ வைத்தவர்!

ஒரு பட்டாம்பூச்சியின் நாட்குறிப்பு

அப்புறம் அந்த பட்டாம்பூச்சி
செத்துப் போனது.
காலத்திடம் கடன் வாங்கி
சுழன்று கொண்டிருந்த
மின்விசிறியின்
இறக்கைகளுடன்
போட்டியிட முயன்றபோதுதான்
அவ்விதம் நேர்ந்தது.
வர்ணத் துகள் படிந்த
அதன் நாட்குறிப்பிலிருந்து
சில பக்கங்கள்.

ஜனவரி 1 :

நிலவிலிருந்து
வெண்பால் வடியும்
பௌர்ணமி இரவு.
குரோட்டன்ஸ் செடியருகில்
கூட்டமாய் பேசினோம்.
நெடுக விரிந்த
செம்மண் பரப்பின்
ரோஜாத் தோட்டத்தில்
தேன் தேடித் திரிந்த
முந்தைய நாட்களை
முதிய பட்டாம்பூச்சி
ஏக்கத்துடன் சொல்ல...

சிறு புள்ளிகள் கொண்ட
இளம் பட்டாம்பூச்சிகள்
ஆர்வமாய் கேட்டன.

முகத்தில் அறைந்த உண்மை
"குரோட்டன்ஸ் செடிகள்
என்றைக்கும் பூக்காது!"

ஏப்ரல் 18 :

ஓஸோன் பலூனில்
விஞ்ஞானம்
ஊசி செருகிவிட்டது

கடலின் கருப்பையில்
அணுக்கதிர் குப்பைகள்

நிலா நீந்திய ஆற்றில்
எறும்பு ஊர்கிற மாயம்!

ரசாயன காய்கறி
ரசாயன மனிதன்
ரசாயன முத்தம்

செப்டம்பர் 24:

> பசி... பசி...
> கடல் தாண்டிய தீவுக்கு
> காலையில் போனேன்.
> போர் விமானத்தின் இரைச்சலில்
> மணற்துகள்கள் அதிர
> பதுங்கு குழியில் மனிதர்கள்.
> எங்களைப் போலவே
> அவர்களுக்கும்
> இடம் மாறுதலே வாழ்க்கையாய்.

டிசம்பர் 31:

> யதார்த்தத்திற்குத் திரும்பி விட்டோம்
> இப்போதெல்லாம் உண்பது
> பூச்சிகளை அல்ல
> புழுக்களை!

வனத்திலிருந்து ஒரு வாழ்த்தும் வேண்டுதலும்

கவிதைக்குத்தான் எத்தனை முகங்கள் – அது,

வீரம் பேசி முழக்கமிடுகிறது; காதலில் நெகிழ்ந்து உருகு கின்றது; நீதியைச் சொல்லி நேர்படச் செய்கிறது; கடவுள் மேல் காதலாகிக் கசிகிறது; ஒருவன் வாழ்க்கையை உயர்த்தி உரைக்கிறது; காசு கேட்டு மன்றாடுகிறது; ஒவ்வொரு உணர்வாய்ச் சொல்லிச் சொல்லி சிரிக்கிறது; அழுகிறது; வெறுக்கிறது; குமைகிறது.

கவிதைக்குத்தான் எவ்வளவு களங்கள் – அது,

மன்னவர் முன்னிலையில், அறிஞர்களின் கூட்டவை யில், கோயிலின் வெளவால் பிராகாரங்களில், வேர்வை பொங்கும் உழைப்பிடங்களில், தனியறையில், போர்க் களத்தில், தொட்டிலில், கூட்டங்களில்...

கவிதையின் மகத்துவம் – அது,

தனிமனிதன் ஒருவனின் இதயத்தசையின் ஒற்றைச் சிலிர்ப்பாகும்; சமுதாயம் ஒன்றின் ஒட்டுமொத்தக் கற்றைக் குரலாகும். இத்தகு பன்முகத் தன்மைதான் கவிதைக்கு நிலைபேற்றினை நல்கியது.

தமிழ்க் கவிதை மனதின் குரலாய், மௌன வாசிப்புக் குரியதாய் நிகழ்ந்ததெல்லாம் இன்றுதான். ஆனால், தன் நெடிய வரலாற்றில் அது பொய்யா நாவுகளாய், வடியாக் கிளவிகளால் பிறர் செவிகளுக்காகவே மொழியப்பட்டது; எழுதினாலும் படிக்கப்பட்டது.

* * *

கவியரங்குகள்– அது,

அரசியல் மேடைகள், இலக்கிய மன்றங்கள், கல்லூரிகள், பள்ளிகள், அலுவலகங்கள், தெரு முனைகள், வானொலி, தொலைக்காட்சி, பத்திரிகை எனத் தொடர்புச் சாதன ஊடகங்கள்... எத்தனை வகையான இடங்களுண்டோ அத்தனையாலும் நிகழ்ந்தன.

படைப்பார்வமிக்க எல்லோர்க்கும் அது வாய்ப்புத் தந்தது. கேட்பார்வம் மிக்க எல்லோர்க்கும் அது வசதி செய்தது.

அது–

சமுதாயச் சிக்கல்களைச் சந்தி சிரிக்க வைத்தது. மகிழ்ச்சியும், இரசனையுமாய்ப் பொழுது கழியச் செய்தது.

நல்ல தமிழையும் பல வேளைகளில் செவியினிக்கத் தந்தது; மரபுக்கு மேடையாகிப் புதுமைக்கும் வயலானது.

ஆனால்... அதற்கு இன்னொரு பக்கமும் இருந்தது.

ஒரு பொருள் பற்றிச் சிந்தித்ததன் செயற்கைத் தன்மை; வந்தோரை மகிழ்வுறுத்திய துணுக்குத் தோரணங்கள்; வல்லமை காட்டச் சிலேடைச் சில்மிசங்கள்; வரவுக்கு வழிகாட்டும் வணிகப் போக்கு; பொய்யாய்ப் பொங்கிய புரட்டுப் புரட்சிகள்...

இப்படி... உண்மையோடு உறவறுத்துக்குக்கொண்டு சீரழிந்துபோன தன்மை – பெரும் விபத்து!

* * *

முத்துக்குமாரின் கவிதை மேடைகள் எங்கிருந்தன எனத் தெரியவில்லை; ஆனால், மேடைக் கவிதைகள் இங்குள்ளன. முழுமையாகச் சிலவும் முக்கியப் பகுதிகள் பலவுமாகத் தொகுக்கப்பெற்றது, இந்தத் தொகுப்பு.

இவற்றில் சில சிரிக்கவைக்கின்றன; 'இலவச இணைப்பு' 'சந்தேகம்', 'உள்ளே வெளியே'... இப்படி, ஒருவகை அங்கதத் தன்மையுடன்,

அமெரிக்க ஏகாதிபத்தியத்தின் அடிவருடிகளாக நாம் இருப்பதை (ஓம் கிளிண்டனாய நமஹ); வாக்குறுதிகளை மறக்கும் அரசியல்வாதிகள் வசதியாய் வாழ்வதை (மருத்துவம்); தாய்ப்பாலும் கலப்படமாகும் அபாயத்தை ($H_2+O_2 \rightarrow 2H_2O$); வன்முறைக்குள் வாழ்வு நடப்பதை (வல்லினம் மிகுமிடங்கள்); காவல்நிலையங்கள் கற்பழிப்பு நிலையங்களானதை (ஆகையால் மக்களே) சொல்லும் கவிதைகள் சிந்திக்கவும் வெட்கப்படவும் வேதனைப்படவும் வைக்கின்றன.

ஒரே காலப் பகுதியாயினும், வாழ்ந்தாலும் தமிழகம் சிறுமையுறுவதையும், நொறுக்கப்பட்டாலும் ஈழம் பெருமையடைவதையும் சொல்லும் 'செய்திக்குப் பிறகு' என்னும் கவிதையும், இந்தியாவின் எல்லா மாநிலங்களும் வீழ்ந்துகொண்டிருக்கும் அவலம் சொல்லும் 'இந்தியா: சிறுகுறிப்பு' என்னும் கவிதையும்

"எந்த விருந்தாளிக்கும்
கத்தாதே காக்கையே
எங்களுக்கே உணவில்லை"

"வயற்காட்டு எலியே
உனக்கும் பெண் சிசுவா
பின் ஏன் நெல்?"

என்ற ஹைக்கூக்களும் இன்னும் பலவும் நெஞ்சை உலுக்கத்தான் செய்துவிடுகின்றன. கவிதைகளின் தலைப்புகள்கூடத் தனிச்சுவை பெறுகின்றன. ஒவ்வொரு கவிதையாய்ப் படிக்கும் போது சில இன்னும் முழுமையாகக் கொடுக்கப்பட்டிருக்கலாம் என்று தோன்றுகிறது.

* * *

முத்துக்குமார்–

முந்தைய இரு கவிதைத் தொகுப்புகள் மூலம் தன்னை நல்ல கவிஞனாக அடையாளப்படுத்தியவர்.

மிக மிக எதார்த்தமாக வாழ்வை நோக்கி, குடும்ப அங்கத்தினர்கள், நெருங்கிய நண்பர்கள், காணுகின்ற சமுதாயக் காட்சிகள் ஆகியவற்றுடன் சிலிர்ப்பாயும் சிராய்ப்பாயும் பெற்ற அனுபவங்களைக் கவிதையாக்கியவர்.

அந்தரத்துப் படிகளில் ஆகாசக் கோட்டையேறி பிளாஸ்டிக் பூக்களால் தன்னைத் தானே அலங்கரித்து வியக்கும் அருவருக்கத்தக்க போக்கு அவரிடமில்லை. இதுவே ஆரோக்கியத்திற்கு ஓர் அடையாளம். எளிய சொற்கள், வலிந்து கொணராமலேயே வருகின்ற ஓசையமைதி இவையே அவரது வலிமைக்கு அடையாளங்கள்.

ஆயினும் –

முத்துக்குமாரின் இத்தொகுதி அவர் தன் வாசகனுக்கு எத்தகைய உணர்வைத் தரும் என்பது ஒரு வினா.

அவரது முந்தைய தொகுதிகளில் உள்ள சீரிய முயற்சிகள் பாடு முறையிலும் பாடுபொருளிலும் எடுத்துக் கொண்ட புதிய எத்தனிப்புகள் சொல்லுமளவு இதில் இல்லை.

அவரே குறிப்பிட்டது போல்–
இவை அவரது பதிவுகள்!
கூட்டத்தினரைச் சிரிக்க வைக்கவும் சிந்திக்க வைக்கவும் அவர் மேற்கொண்ட முயற்சிகள். இப்படியும் அவரிடம் ஒரு பரிமாணம் இருந்தது எனவும் இவ்வகையிலும் அவருக்கொரு மொழிப்பயணம் இருந்தது எனவும் புரிந்துகொள்ள முடிகிறது.

* * *

கவிதை –

அவசரமாய் இரைப்பைக்குள் நிரம்பினாலும், பின்னரும் வாய்க்கு வருவதாய் அரைத்துச் செரிக்கப்பட்டு குருதிக்குள் குருதியாகி இதயத்துள் மூளைக்குள் இடம் மாறி மாறி ஓடுவதாய் இருக்க வேண்டும் என்பது விருப்பம்!

ஒரு நல்ல கவிதை – மொழிக்கு மகுடமாகி விடுகிறது.

ஒரு நல்ல படைப்பாளி – கரம் பற்றிக் குலுக்குகிறான். விரல் பற்றியும் அழைத்துச் செல்கிறான். அவலங்களில் உடன் அழுகிறான். ஆறுதலாய்க் கண்ணீர் துடைக்கிறான். போர்க்களங்களில் வாள் தருகிறான். வெற்றிக் கணங்களில் மாலை சூட்டுகிறான்.

பாதையோரங்களில் சிலையாகிப் படைப்பாளிகள் நிற்பதெல்லாம் பயணம் செல்வோர்க்கு என்றென்றும் வழிகாட்டி நிற்கும் வெற்றியால்தான்!

* * *

ஆகவே –

இன்றைய தலைமுறையின் கவிதையாய் இன்றைய இளைஞனின் கவிதையாய் முத்துக்குமாரின் வாசகன் வேண்டிப் பெற சில உண்டு.

புதிய மொழி வேண்டும். இன்னும் சோதனை முயற்சிகள் வேண்டும். வெந்து சாகும் மனிதத்தின் வேதனைகளும் வெந்துபோகும் மனதின் கசிவுகளும் கொள்கைக்கும் நடைமுறைக்குமான போராட்டங்களின் காயங்களும் வேண்டும். சிக்கல்களின் ஆழங்களையும் வேர்களையும் தேடிப்பிடிக்கும் எத்தனிப்புகள் வேண்டும். உள் மனதின் பேரலைகளையும் சிற்றதிர்வுகளையும் உணர்த்த வேண்டும்.

இவையெல்லாம் வேண்டுமென
வேண்ட
வாசகனுக்கு உரிமையும்
கொடுக்க
அவருக்குக் கடமையும்
உண்டுதானே!
முன்னாள் மாணவனாக பச்சையப்பன்
பாசறையிலிருந்து...

வாழ்த்துகளுடன்,
பாரதிபுத்திரன்
சென்னை கிறித்தவக் கல்லூரி

பென்னாம் பெரிய ரயில் பெட்டியும் சின்னஞ்சிறிய நகைப்பெட்டியும்!

1

நா.முத்துக்குமார் கணிப்பொறி முன்பு அமர்ந்திருக்கிறார். இரவு முழுவதும் இன்டெர்நெட் தளங்களில் தொகுப்பிற்கான புகைப்படங்களைத் தேடி சோர்ந்துப் போயிருக்கிறார். உறக்கமற்ற விழிகள் மினியேச்சர் சூரியனாக சிவந்திருக்கின்றன.

பாப்பநாயக்கன் பட்டியிலிருந்து ஒரு கவிஞரும், தேனி மாவட்டம் கட்டுமரத்தான் பட்டியிலிருந்து ஒரு கவிஞரும் முன்னுரை வேண்டி அனுப்பி இருந்த கவிதைப் பிரதிகள் அவரைப் பார்த்துப் புன்னகைக்கின்றன.

'பட்டாம்பூச்சி விற்பவன்' தொகுப்பிலிருந்து கவிதை களை மலையாளத்தில் மொழிபெயர்த்த டாக்டர் ரகுராம், அவை அங்கு பெற்ற வரவேற்பைச் சிலாகித்து இன்னும் கொஞ்சம் கவிதை வேண்டுமென்று எழுதிய கடிதம் காற்றில் ஆடுகிறது.

நேஷனல் புக் டிரஸ்ட்டின் இருபதாம் நூற்றாண்டுத் தமிழ்க் கவிதைத் தொகுப்பிற்காகக் கவிதைகள் கேட்டு கவிஞர் ஞானக்கூத்தனின் ஞாபகக்கடிதம் மேஜை மேலிருந்து அடுத்தப் பணியை அறிவிக்கிறது.

இரண்டு நாள் தவணையில் மூன்று பாடல்களுக்கான டியூன்கள் வார்த்தைகளுக்காகப் போராட்டம் செய்கின்றன.

ஆயினும், அவரது சிந்தனை மையம் தற்சமயம் 'பச்சையப்பனிலிருந்து ஒரு தமிழ் வணக்கம்' தொகுப்பிற்கான 'என்னுரை' எழுதுவதை நோக்கியே குவிந்திருக்கிறது.

என்ன எழுதலாம்? எப்படி எழுதலாம்? யோசித்துக் கொண்டிருக்கையில் கணிப்பொறித் திரையிலிருந்து புகை கிளம்புகிறது. புகையின் மையத்திலிருந்து ஒரு பூதம் தோன்றுகிறது. வொனிடா டி.வி. விளம்பரத்தைப்போல் கொம்பு முளைத்த பூதம்.

இனி முத்துக்குமாருக்கும் பூதத்திற்குமான உரையாடல்...

2

"யார் நீ?" – முத்துக்குமார்
"வாசக பூதம்"
"என்ன வேண்டும்?"

"தொல்காப்பிய ஓலைச்சுவடியில் தொடங்கிப் பல்வேறு வீடுகளை மாற்றிவிட்டேன். இப்போது உன் கணிப்பொறியில் குடியிருக்கிறேன். கவிதைகள் குறித்து உன்னுடன் உரையாட வேண்டும்."

"தாராளமாக."

இந்தத் தொகுப்பின் தலைப்பை ஏன் 'பச்சையப் பனிலிருந்து ஒரு தமிழ் வணக்கம்' என்று வைத்தாய்?

இவை கவியரங்கக் கவிதைகள். இவற்றில் பெரும் பாலானவை நான் பச்சையப்பன் கல்லூரியில் எம்.ஏ., எம்.ஃபில்., தமிழிலக்கியம் படித்தபோது கலந்துகொண்ட கவியரங்கங்கள், கவிதைப் போட்டிகள் போன்றவற்றிற்காக எழுதப்பட்டவை.

அந்த நேரங்களில் கவிதைகளைப் படிக்கும் கவிஞர்கள் தமிழுக்கு; நடுவருக்கு; தலைமைக் கவிஞருக்கு; நிதி உதவி செய்த பைனான்ஸ் கம்பெனிகளுக்கு என்று தனித்தனியாக வணக்கம் சொல்லிக்கொண்டிருந்தனர். நான் பச்சையப்பன் கல்லூரியில் இருந்து சென்றதால் 'பச்சையப்பன் கல்லூரியிலிருந்து ஒரு தமிழ் வணக்கம்' என ஒற்றை வாக்கியமாக என் வணக்கத்தை அமைத்துக் கொண்டேன். நாளடைவில் அது பிரபலமாகி இந்தத் தொகுப்புக்கும் தலைப்பாக அமைந்துவிட்டது.

"தற்காலத் தமிழ்க் கவிதைகள் பற்றி நீ என்ன நினைக்கிறாய்?"

இதற்கு என் கணிப்பொறியே பதில் சொல்லும்.

(நா.முத்துக்குமார் கணிப்பொறியிலிருந்து ஒரு பிரின்ட் அவுட் எடுத்துக் கொடுக்கிறார். வாசக பூதம் உரக்கப் படிக்கிறது.)

www.மரபுக்கவிதை.com

பெரும்பாலும் பேராசிரியர்கள், தொழிலதிபர்கள், வாழ்த்து மடல் கவிஞர்கள் எழுதுவது. ஐயாயிரம் கிலோ கொண்ட மரபுக் கவிதையில் நாலாயிரம் கிலோ காதல் கவிதைகள், மற்றவை ஆசிரியப்பா, அன்புப்பா, இரங்கற்பா, வாழ்த்துப்பா, வருத்தப்பா!

உதாரணம்:

குருவி கொத்தும் முகிலைக் கொண்ட மலைமகளே
அருவிச்சேலை விலகவிட்ட விலைமகளே!

www.புதுக்கவிதை.com

பாரதி, எழுத்து, வானம்பாடி, கணையாழி என பல குளங்களில் குளித்தும் அழுக்காகவே இருப்பது.

உதாரணம்:

வானவில்
வானத்தில்
வில் என்றும்,

ஆ, ஓ, ஈ, ஏ, ஊ போன்ற கராத்தே வீரனின் வாயிலிருந்து வெளிப்படும் ஓசைகளைத் தொடக்கமாகவும் பயன்படுத்தும் கவிதைகள்.

www.நவீனக் கவிதை.com

கொஞ்சம் வறுமை; கிழிந்த ஜிப்பா, துவைக்காத ஜோல்னாப் பை, நண்பனின் ஜீன்ஸ் பேன்ட்; சிறு பத்திரிகைச் சவடால்; ஓல்டுமங்க் வார்த்தைகள்; எல்.ஐ.சி. யைப்போல கவிதைகளுக்கு ஏஜென்சி கொடுப்பது.

உதாரணம்:

பிரக்ஞையற்ற பேருண்மைக்கும்
பிரக்ஞையுள்ள பேருண்மைக்கும்
நடுவே காற்றில் அலையும்
பிரக்ஞையும் பேருண்மையும்!

www.சர்ரியலிசக் கவிதைகள்.com

25ml படிமம் + 25ml புகைச்சல் + 25ml தன்னிரக்கம் + 25ml மெக்டெவல்

உதாரணம்:

கண் வழியே வாந்தியெடுத்த
முலைமரத்தின் கிளையில்
புதியமொட்டு
ஆண்முலை

www.போஸ்ட் மார்டனிசக் கவிதைகள்.com

பாலில் பால் சிறந்தப்பால் காமத்துப்பால்
அப்பாலுக்கப்பால் ஆவின் பால்.

உதாரணம்:

மார்கழிக்குளிரில்
நாய்க்குட்டி முகர்ந்தது
குப்பைத் தொட்டியில் நிரோத்.

www.மேஜிக்கல் ரியலிசக் கவிதைகள்.com

பாசி வெளிச்சத்தில் புறப்பட்டு வந்த வன நீலியின் நூற்றியெட்டு வலது கைகளிலிருந்து, விருட்சமாய் புறப்படும் பாதரசவெளியில் வழிவது.

3

"அப்படி என்றால் தமிழ்க் கவிதை செத்துவிட்டது என்பதற்கு நீ உடன்படுகிறாயா?"

இல்லை. மேற்குறிப்பிட்ட உத்திகள் அனைத்தையும் கையாண்டு போலிகள் செய்யாமல், மஞ்சள் வெளிச்சம் விரும்பாமல் நூற்றி சொச்சக் கவிஞர்கள் தமிழில் எழுதிக் கொண்டிருக்கிறார்கள். கவிதைக்காகவே அவர்கள் இயங்கிக் கொண்டிருக்கும் வரை தமிழ்க் கவிதை உலகத் தரத்தில் தொடர்ந்து இயங்கிக்கொண்டிருக்கும்.

"அது சரி, கவியரங்கக் கவிதைகள் பற்றி என்ன நினைக்கிறாய்?"

கவியரங்கக் கவிதைகள் கண்களில் இருந்து இதயத்திற்குச் செல்லாமல் காதுகளிலிருந்து மூளைக்குச் செல்கின்றன

என்பது தொன்றுதொட்டக் குற்றச்சாட்டு. கவியரங்கக் கவிதையைப் பற்றிய விமர்சகர்களின் பார்வை நூற்றுக்கு நூறு சரியானதே. ஆயினும் எதிர்பாராமல் தெறிக்கும் சில மின்னல் வரிகளில் சில நேரங்களில் தாழம்பூக்களும் மலரத்தான் செய்கின்றன.

"கவிதைகளைப் பற்றி இவ்வளவு வியாக்கியானங்கள் கூறுகிறாய். உன் இந்தக் கவியரங்கக் கவிதைகளும் அப்படித்தானே இருக்கின்றன?"

சொல்லுதல் யார்க்கும் எளிய அரியவாம்
சொல்லிய வண்ணம் செயல்.

என்று கூறி தப்பிக்க முடியாது.

"இந்தத் தொகுப்பின் அவசியம் என்ன? 'பட்டாம் பூச்சி விற்பவன்', 'நியூட்டனின் மூன்றாம் விதி' ஆகிய உன் தொகுப்புகளை படித்த வாசகர்கள் இந்தத் தொகுப்பில் ஏமாற மாட்டார்களா?

ஆம் எனில் ஆம்! இல்லை எனில் இல்லை!

ஏமாறுவதற்கு வாசகர்களுக்கு முழுச் சுதந்திரம் உண்டு. இவை அகம் சார்ந்து எழுதும் ஒரு கவிஞனின் புறவயப் பதிவுகள். சமூகம் குறித்த அவனது எதிர் வினைகள் வழக்கமான பாணியிலிருந்து விலகி கூடுமான வரை இதில் உத்திகளிலும், சொல்லும் முறைகளிலும் மாற்றம் செய்திருக்கிறேன். இரயில் பெட்டி அளவுக் கவிதைகளைச் சுருக்கி நகைப்பெட்டி அளவுக்குத் தந்திருக்கிறேன்.

"இந்தக் கவிதை உனக்குக் கொடுத்த எதிர்வினைகள் என்ன?

அனைத்துக் கல்லூரி போட்டிகளில் நூற்றுக்கணக்கான முதல் பரிசுகள்; மாநில அளவில் மூன்று முறை முதல்

பரிசுகளும் தங்கப்பதக்கமும்; பரிசுக்கோப்பை கடை வைக்கும் அளவுக்கு அறையெங்கும் கோப்பைகள் என நிறையச் சொல்லலாம்.

ஆனால், என்னைப் பொறுத்தவரை பரிசுகளை விட பார்வையாளர்களின் எதிர்வினைகள் முக்கியப்படுகிறது. ஒரு தொழிற்சங்கத்தில் நான் கவிதை படித்தபோது அரங்கிலிருந்து 'இன்குலாப் ஜிந்தாபாத்' என்று ஒலித்த குரல்கள்; பார்வையற்றோர் சங்கத்தில் என் கையைப் பிடித்துக்கொண்டு கண்ணீர் விட்ட அந்தக் கண்களின் சோகங்கள்; மேடை விட்டிறங்கும்போது சூழ்ந்து கொள்ளும் சந்தோஷ முகங்கள்; திறந்த வெளிகளில் கவிதையைப் புரிந்து கொண்டு கைத்தட்டும் படிக்காத கிராமத்து முகங்கள் என ஒவ்வொரு கவிதைக்கும் ஒவ்வொரு சம்பவம் என் ஞாபகக்குளத்தில் கல் எறிகிறது.

"சென்ற தொகுப்புகளில் நிறைய பேருக்கு நன்றி சொல்லி விமர்சகர்களின் கண்டிப்புக்கு நீ ஆளானாய். இத்தொகுப்பிலும் நன்றி தொடருமா? ஆம் எனில் யார் யாருக்கு?"

நன்றி மறப்பது நன்றன்று.

முன்னுரை கொடுத்த பேராசிரியர்கள் பெரியார் தாசன், பாரதிபுத்திரன், இயக்குநர் செல்வா, மதிநிலையம் மெய்யப்பன், காஞ்சி இலக்கிய வட்டம் வெ.நாராயணன் மற்றும் நண்பர்கள்,

என் முனைவர் பட்ட வழிகாட்டி டாக்டர் வ.ஜெயதேவன், திருநெல்வேலி செல்லதுரை, கவிஞர் ஜெயந்திகுமார்,

கல்லூரிக் காலங்களில் என்னுடன் போட்டிக்கும், கவியரங்கங்களுக்கும் வந்து என்னை ஊக்கப்படுத்திய

நண்பர்கள் இரா. முனியப்பராஜ், கஜேந்திரன், தமீம் அன்சாரி, சாரோன் செந்தில் குமார், பெரியார் வளவன், வீரமணி, பழனிச்சாமி, பால சீனிவாசன், அப்ராற் அகமது, தோழிகள் ஜெயந்தி, சாருமதி, சுகன்யா, சித்ரா, காயத்ரி,

கவிதை அண்ணன்கள் அறிவுமதி, பழனிபாரதி, நந்தலாலா, என் திரையுலக ஆசான் பாலுமகேந்திரா, அருண்மொழி, பிரம்மிப்புகளையும், ஆச்சர்யங்களையும் தொடர்ந்து எனக்கு அறிமுகப்படுத்திக்கொண்டிருக்கும் இயக்குநர் மணிரத்னம், கவிதையைப் பாராட்டி கடிதம் எழுதிய இயக்குநர் சிகரம் கே.பாலசந்தர், பாரதிராஜா, திரைப்பாடல்கள் உலகில் என்னை அறிமுகப்படுத்திய இயக்குநர் சீமான், இசையமைப்பாளர் தேவா,

தொடர்ந்து பாடல்களைக் கொடுத்து உற்சாகப்படுத்திய இயக்குநர்கள் பி.வாசு, கே.எஸ்.இரவிக்குமார், விக்ரமன், சேரன், கே.சுபாஷ், செல்வா, அழகம் பெருமாள், கே. செல்வபாரதி, மனோபாலா, வின்சென்ட் செல்வா, கே.எஸ்.அதியமான், ஆர்.கே.செல்வமணி, இரவிச்சந்திரன், ஆர்.எஸ்.புவன், அமீர் ஜான், அன்வர், தபூ சங்கர், வீரபாண்டியன், அஜயன் பாலா, க.பன்னீர் செல்வம், கீதானந்த், க.ராஜா, ராம்குமார் தமிழ்ச்செல்வன், ஐந்து கோவிலான், பாபு, சக்தி, வெற்றிமாறன், சுரேஷ் கண்ணன்,

இசையமைப்பாளர்கள் எஸ்.ஏ.ராஜ்குமார், கார்த்திக் ராஜா, சவுந்தர்யன், ஆதித்யன், கவிதாஞ்சன், தினா, எஸ்.டி.சாந்தக்குமார், ஸ்வரராஜ், ரோகித் ராஜ்... என அனைவருக்கும்...

அள்ளித் தர அன்புடன்,

நா.முத்துக்குமார்

டிஸ்கவரி புக் பேலஸ் வெளியீடுகள்

நா.முத்துக்குமாரின் படைப்புகள்

1. பட்டாம்பூச்சி விற்பவன் — ரூ.80
2. நியூட்டனின் மூன்றாம் விதி — ரூ.80
3. குழந்தைகள் நிறைந்த வீடு — ரூ.100
4. பச்சையப்பனிலிருந்து ஒரு தமிழ் வணக்கம் — ரூ.100
5. கிராமம் நகரம் மாநகரம் — ரூ.130
6. அ'னா ஆ'வன்னா — ரூ.120
7. கண்பேசும் வார்த்தைகள் — ரூ.140
8. பால காண்டம் — ரூ.90
9. என்னைச் சந்திக்க கனவில் வராதே — ரூ.60
10. நினைவோ ஒரு பறவை — ரூ.200
11. நா.முத்துக்குமார் கவிதைகள் — ரூ.400

நா.முத்துக்குமாரின் இந்த 11 புத்தகங்களின் விலை ரூ.1500

மொத்தமாக வாங்கினால் ரூ.1300 மட்டும்